CRICKET!

கிரிக்கெட்!

a little book on a big game
by Sandhya Rao inspired by
photographs from across India

tamil by Jeeva Raghunath

Tulika

Hot day. Cool breeze.

வெப்பமான நாள். சில்லுனு காத்து.

Tthokk!　　டொக்கு!

Any time is time for cricket.

எந்த நேரமும் கிரிக்கெட்டுக்கு ஏத்த நேரம்தான்.

Bowlers bowling.

போலருங்க பந்து வீசறாங்க.

Batters batting.

பேட்டருங்க

பேட்டிங் செய்யறாங்க.

Fielders fielding.

ஃபீல்டருங்க ஃபீல்டிங் செய்யறாங்க.

Waiting, sometimes, for a turn.

சில நேரம் காஜிக்கு காத்திருக்காங்க.

But we don't mind. We LOVE cricket.

ஆனா எங்களுக்குக் கவலையில்லை. எங்களுக்குக் கிரிக்கெட்டுனா மிகவும் பிடிக்கும்.

Anywhere cricket. Everywhere cricket.

எந்த இடத்திலும் கிரிக்கெட். எல்லா இடத்திலும் கிரிக்கெட்.

In narrow lanes.

குறுகிய தெருக்கள்ல.

On big broad streets.

அகலமான பெரிய சாலைகள்ல.

Something flat will do to bat.

தட்டையாக எது இருந்தாலும் பேட் செய்யப் போதுமே.

And for a ball, something round.

பந்தாக தேவையோ, உருண்டையான எதுவுமே.

It doesn't matter if we're small.

நாங்க குட்டியா இருந்தா பரவாயில்ல.

So what if we don't run fast?

நாங்க வேகமா
ஓடாட்டிதான் என்ன?

Or even if we cannot see?

இல்லை, பார்க்க கூட முடியாட்டி?

The game's the same on every shore.

ஆட்டம் என்னவோ ஒண்ணுதான் ஒவ்வொரு கறையிலும்.

And anyone can play.

மேலும் யாரு வேணுன்னாலும் ஆடலாம்.